കുട്ടി കഥകൾ

വികെ മോർഫിയസ്

എന്റെ കുട്ടി സുഹൃത്തുക്കൾക്ക്

ഉള്ളടക്കം

ആമുഖം

ചില ചിന്തകളാണല്ലൊ ജീവിതത്തെ മുന്നോട്ട് നയിക്കുന്നത് അങ്ങനെയുള്ളൊര് ചിന്തയിൽ നിന്നുമാണ് ഈ പുസ്തകമുണ്ടാകുന്നത് എന്റെ കുട്ടി സുഹൃത്തുക്കൾക്ക് ചില ആശയങ്ങൾ ഉൾപ്പെടുത്തി കൊച്ചു കഥകൾ,ഭാവനകൾക്ക് കൂടുതൽ പ്രധാന്യം നൽകാതെ എഴുതാൻ ശ്രമിച്ചിട്ടുണ്ടെന്ന് വിശ്വസിക്കുന്നു.

Author

V K (VISHNU KESAVAN) എറണാകുളം ജില്ലയിലെ വരാപ്പുഴ എന്ന ഗ്രാമത്തിൽ 1995 സെപ്റ്റംബർ 5 ന് ജനിച്ചു.MES കോളേജ് ആലുവയിൽ നിന്നും ഡിഗ്രിക്ക് ശേഷം, പ്രൊഫഷനലി അക്കൗണ്ടന്റ് ആയി ജോലി ചെയ്തു. ബാല്യത്തിലെ പുരാണകഥകളും അതുപോലെ പഴയകാലത്തിന്റെ ഓർമ്മകളും അച്ഛൻ പങ്ക് വയ്ക്കുമ്പോൾ കേൾക്കാൻ കൗതുകമാണ്, ആ കൗതുകമാണ് പിന്നീട് ലൈബ്രറി വായനയിലേക്കും ചില ആശയങ്ങൾ സ്വന്തം രീതിയിൽ എഴുതാനും എന്നെ പ്രേരിപ്പിച്ചത്

വായന തുടങ്ങിയത് എന്റെ ഹൈസ്കൂൾ പഠനകാലത്താണ് കൂടുതലും ചരിത്രവും നിഗൂഢതകൾ നിറഞ്ഞ കഥകളോടുമായിരുന്നു. **മോർഫിയസ്** എന്ന തൂലികാനാമം സ്വീകരിച്ചത് ഗ്രീക്ക് പുരാണങ്ങളോടും,അവരുടെ ഇതിഹാസങ്ങളോടുമുള്ള ഇഷ്ടത്തിന്റെ പുറത്താണ്.

Other Books : **Relationship Goal,** കലാരൂപങ്ങളിലൂടെ

Email : **vkmorpheuscreator@gmail.com**

1

ഉണ്ണിക്കുട്ടന്റെ കുസൃതി

ഉണ്ണിക്കുട്ടന്റെ കുസൃതിയും പാട്ടുകളും ഒക്കെ കുഞ്ചു ഗ്രാമം മുഴുവൻ എല്ലാവർക്കും അറിയാമായിരുന്നു, വല്യ രാമൻ തമ്പുരാന്റെ മാവിൻ തോട്ടത്തിൽ നിന്നും മാങ്ങ ആരും കാണാതെ എറിഞ്ഞ് പറിക്കുന്നത് മുതൽ നങ്ങേലി മുത്തശ്ശി ഉണക്കാൻ ഇട്ടിരുന്ന പപ്പടം വരെ അവൻ എടുത്തോണ്ട് ഓടും.

ടാ ചെറുക്കാ എന്റെ പപ്പടം താടാ?

അമ്മൂമ്മയുടെ പപ്പടം കാക്ക കൊണ്ടോയി, ഞാൻ പോവാ പി....പി

അവന്റെ പിറകെ ഓടാൻ ഒന്നും അവർക്ക് കഴിയില്ലായിരുന്നു, തലയിൽ കൈ വച്ച് ഇരിക്കുക എന്നല്ലാതെ എന്ത് ചെയ്യാൻ

ഉണ്ണികുട്ടാ ഉണ്ണിക്കുട്ടാ....

എന്താ അമ്മി, എനിച്ചു കളിക്കാൻ പോണം

ദേ നല്ല അടി മേടിക്കും കേട്ടോ നീ, നിന്റെ കുസൃതി അൽപ്പം കൂടുന്നുണ്ട്, നീ മാങ്ങയും പപ്പടവും ഒക്കെ എന്തിനാ എടുക്കുന്നെ?

ഒന്നൂല്ലാ.... ഞാൻ പോവാ അമ്മി

ഈ ചെറുക്കൻ, നാട്ടുകാരെ കൊണ്ട് പറയിക്കും

ഓടി ഓടി വടക്കേലെ സരസപ്പന്റെ കടയിൽ എത്തിയപ്പോഴാണ് വെറ്റിലയുടെ കാര്യം ഓർത്തത്.

കാശും ഇല്ല കീശയും കീറിയിരിക്കുന്നു, ഉണ്ണിക്കുട്ടൻ ആലോചിച്ചു..

പെട്ടന്ന് ഒരു കുരുട്ട് ബുദ്ധി തോന്നി

അത് എന്താണെന്നൊ?

സരസപ്പന്റെ സ്വാഭാവം വച്ച് അയാളെ നന്നായി പുകഴ്ത്തി പറയുന്നത് ഇഷ്ടമാണ് അത് തന്നെ ഉണ്ണിക്കുട്ടൻ തേടി

സരസപ്പൻ ചേട്ടാ?

എന്താ ഉണ്ണിക്കുട്ടാ വേണ്ടേ?

സരസപ്പൻ ചേട്ടൻ നല്ല സുന്ദരൻ ആണല്ലോ? പിന്നെ എന്താ കല്യാണം കഴിക്കാത്തെ?

അതിനും ഒരു ഭാഗ്യം വേണം ഉണ്ണിയെ

എന്റെ ചേട്ടാ, ചേട്ടൻ ഈ നാട്ടിലെ ഏക കച്ചവടക്കാരൻ, പട്ടണത്തിൽ പോയി സാധനങ്ങൾ ഒക്കെ കൊണ്ടുവരുന്ന ഒരേ ഒരാൾ, സുന്ദരൻ, ഒരുപാട് പൈസയയും പിന്നെ എന്താ പ്രശ്നം?

അറിയില്ല ഉണ്ണിക്കുട്ടാ..

നമ്മുടെ രാജപ്പൻ ചേട്ടന്റെ മോള് കുഞ്ഞി ലക്ഷ്മി ചേച്ചിക്ക് ചേട്ടനോട് ഒരു സ്നേഹം ഉണ്ട്

ദേ ഉണ്ണി തമാശ പറയല്ലേ കേട്ടോ..

പിന്നെ പിന്നെ ഉണ്ട് ചേട്ടാ.. ആ മുഖം കണ്ടാൽ ആരാ പ്രേമിക്കാത്തെ, ഒരു കത്ത് എഴുതി താ ഞാൻ കൊണ്ട് പോയി കൊടുക്കാം

ശാ.. ഈ ഉണ്ണിക്കുട്ടൻ നിർബന്ധിക്കും, എഴുതാം

സരസപ്പൻ അങ്ങനെ ഒരു കത്ത് എഴുതി ഉണ്ണിക്കുട്ടൻ അത് വാങ്ങി

സരസപ്പൻ ചേട്ടാ എനിക്ക് ഒരു മൂന്ന് നാല് വെറ്റില തരുമൊ? ഒരു അമ്മൂമ്മയ്ക്കാ, ഉണ്ണികുട്ടന്റെ കൈയിൽ പൈസ ഇല്ല

പൈസ ഒന്നും വേണ്ട.. ഇന്നാ നീ പിടിച്ചൊ..

അങ്ങനെ ഉണ്ണി അവിടെ നിന്നും ഇറങ്ങി നേരെ പോയത് കുഞ്ഞിലക്ഷ്മിയുടെ അടുത്തേക്ക് എന്നിട്ട് ആ കത്ത് അങ്ങോട്ട് കൊടുത്തു..

ദേണ്ടാ നമ്മുടെ ചേച്ചിക്കും സരസപ്പൻ ചേട്ടനോട് പ്രേമം...

വെറ്റിലയും കിട്ടി അവരുടെ പ്രേമത്തിനും കാരണം ആയി എന്നത് ഉള്ളിൽ ഓർത്ത് ഉണ്ണി ഓടി ചാടി നടന്നു..

കൂടെ ഒരു പാട്ടും..

പാട്ട് പാടിത്തരാൻ ആരും ഇല്ല ല്ലൊ

കഥ പറഞ്ഞു തരാൻ ആരും ഇല്ല ല്ലൊ

അമ്മിക്കും തിരക്ക്, അച്ഛനും തിരക്ക്

ഒരു ദിവസം ഉണ്ണിക്കുട്ടൻ നങ്ങേലി മുത്തശ്ശി ഉണക്കാൻ ഇട്ടിരുന്ന പപ്പടം എടുത്തുകൊണ്ട് പോകാൻ ആയി പമ്മി പമ്മി വന്നു

ഒരെണ്ണം എടുത്തു, രണ്ട് എണ്ണം എടുത്തു അങ്ങനെ അങ്ങനെ അവൻ കൊണ്ട് വന്ന സഞ്ചി നിറയെ എടുത്തിട്ടു, എങ്കിലും അവന് അത്ഭുതം ആയത് ഇത്രയും ആയിട്ടും നങ്ങേലി മുത്തശ്ശിയെ കണ്ടില്ലല്ലോ എന്നായിരുന്നു

ഒന്നൂടെ എടുത്തിട്ട് അവൻ പടി കടന്ന് പുറത്തേക്ക് പോയി, ഇതെല്ലാം നങ്ങേലി മുത്തശ്ശിയും, മുത്തശ്ശിയുടെ കൊച്ചുമോൻ കാണാരനും ഒളിച്ചിരുന്ന് കാണുന്നുണ്ടായിരുന്നു, അവർ പതുക്കെ ഉണ്ണികുട്ടന്റെ പുറകെ പോയി ഈ പപ്പടം ഒക്കെ എങ്ങോട്ടാ കൊണ്ട് പോവുന്നെ എന്ന് അറിയാൻ

കുന്നിൻ ചരുവിലെ പീടികയുടെ അടുത്തായി ഇരിക്കുന്ന ഒരു പിച്ചക്കാരന്റെ അടുത്ത് കൊണ്ട് പോയി ഉണ്ണിക്കുട്ടൻ ആ പപ്പടവും, അതിന് മുൻപ് പറിച്ച മാങ്ങയും കൊടുത്തു

ഇതൊക്കെ കണ്ട് നിന്ന നങ്ങേലി മുത്തശ്ശിക്ക് ദേഷ്യം വന്നില്ല ഒരു നല്ല കാര്യം അല്ലെ അവൻ ചെയ്യുന്നത് എന്നായി അവർ, എങ്കിലും അവിടെ തന്നെ തമ്പടിച്ച് നിൽക്കുന്ന ഉണ്ണിയെ കണ്ടപ്പോൾ വീണ്ടും അത്ഭുതം

നങ്ങേലി മുത്തശ്ശി കാണാരനോട് പറഞ്ഞു

അല്ലെ കുട്ടി, ഉണ്ണി എന്താ അവിടെ തന്നെ നിൽക്കുന്നെ?

അറിയില്ലല്ലോ മുത്തശ്ശി നമുക്ക് അൽപ്പം കൂടി നിൽക്കാം

മുത്തപ്പാ എനിക്ക് ഇന്ന് രണ്ട് കഥ പറഞ്ഞു തന്നം ഇത്രയും പപ്പടം ഞാൻ കൊണ്ട് വന്ന് തന്നില്ലേ?

ഇത്രയും ഒന്നും പോരാ ചെക്കാ, ഒരു കഥ പറഞ്ഞു തരാം

അയ്യോ അങ്ങനെ പറയല്ലേ മുത്തപ്പാ, ഒരു കഥ കൂടി..

പോടാ ചെറുക്കാ, അയാൾക്ക് ദേഷ്യം വന്നു ഉണ്ണിക്കുട്ടൻ കരഞ്ഞുകൊണ്ട് ഓടിപോയി

നങ്ങേലി മുത്തശ്ശിക്കും കണാരനും അവന്റെ സങ്കടം മനസ്സിലായിരുന്നു

ഒരു ദിവസം വീണ്ടും പപ്പടം എടുക്കാൻ അവൻ നങ്ങേലി മുത്തശ്ശിയുടെ വീടിന്റെ പടി കടന്നു ചെന്നു

ഇന്ന് അവനെ നങ്ങേലി മുത്തശ്ശി കൈയ്യോടെ പൊക്കി.

ഉണ്ണികുട്ടാ മോന് കഥകൾ അത്രയും ഇഷ്ടം ആണോ? കഥ പറഞ്ഞു തരാൻ വീട്ടിൽ ആരും ഇല്ലേ?

ഇല്ല ഇല്ല എല്ലാവരും ഉണ്ട് എന്നാൽ അവർക്ക് സമയം ഇല്ല തിരക്ക് തിരിക്ക്

എങ്കിൽ ഇനി ആ പിച്ചക്കാരന്റെ അടുത്ത് പോവണ്ട കേട്ടോ, നങ്ങേലി മുത്തശ്ശി കുട്ടിക്ക് കഥകൾ പറഞ്ഞു തരാം

ഉണ്ണിക്കുട്ടന്റെ കണ്ണുകൾ നിറഞ്ഞു, നങ്ങേലി മുത്തശ്ശിയെ അവൻ കെട്ടിപിടിച്ചു, എങ്കിലും മുത്തശ്ശിക്ക് സംശയം

അല്ല കുട്ടി അയാൾ നിന്നെ ഓടിച്ചു വിട്ടത് അല്ലെ? പിന്നെ എന്താ വീണ്ടും അങ്ങോട്ട് പോവുന്നെ?

ഇനിയും ഒരുപാട് പപ്പടം കൊടുത്താൽ എനിച്ചു കഥ പറഞ്ഞു തന്നാലൊ, ഒരു പ്രതീക്ഷ

ഉണ്ണിക്കുട്ടൻ വീണ്ടും നങ്ങേലി മുത്തശ്ശിയെ കെട്ടിപിടിച്ചു.

അങ്ങനെ അങ്ങനെ ഉണ്ണിക്കുട്ടനും നങ്ങേലി മുത്തശ്ശിയും കൂട്ടായി, ഒരുപാട് കഥകൾ ഉണ്ണിക്കുട്ടന് പറഞ്ഞു കൊടുത്തു.

തിരക്കുകൾക്ക് ഇടയിലും കുട്ടികളുടെ ചില കുഞ്ഞു കുഞ്ഞു ആഗ്രഹങ്ങളും മാതാപിതാക്കൾ മറന്നുപോവരുത് അവർ ഏറ്റവും കൂടുതൽ ആഗ്രഹിക്കുന്നത് ഇതുപോലെ ചെറിയ ആഗ്രഹങ്ങൾ ആവും

2

ദാമു

ഒരിടത്ത് ഒരു കാട്ടിൽ ദാമു എന്നൊരു കുറക്കാനുണ്ടായിരുന്നു, കൗശലം എന്നതിൽ ഉപരി ബുദ്ധികൊണ്ടും വളരെ മിടുക്കനായിരുന്നു ദാമു.

സിംഹവും പുലിയും വാഴുന്ന കാട്ടിൽ ഈ കുറുക്കന് എന്താ പ്രാധാന്യം എന്നാണൊ?

കഥ പറയാം ഞാൻ ദാമുവിന്റെ കഥ പറയാം..

ദാമുവിന് കൂട്ടുകാർ വളരെ കുറവായിരുന്നു, കുറവ് എന്ന് പറഞ്ഞാൽ ആരും തന്നെയില്ലായിരുന്നു പാവം ദാമു അല്ലെ?

എന്നാൽ അതിലും ഒരു കാരണമുണ്ട് യഥാർത്ഥ സുഹൃത്തുക്കളെ കണ്ടെത്താൻ അവന് സാധിച്ചിരുന്നില്ല എന്ന് വേണം പറയാൻ

എന്തുകൊണ്ടാണെന്നൊ?

ദാമു കുറുക്കനെ തേടി വരുന്ന കൂട്ടുകാർ എല്ലാം അവരുടെ ആവശ്യങ്ങൾ നിറവേറ്റാൻ വേണ്ടി മാത്രം അവനെ സമീപിക്കുന്നവർ ആയിരുന്നു, ആവശ്യം കഴിഞ്ഞ് കഴിയുമ്പോൾ അവരെല്ലാം മടങ്ങി പോകും അല്ലെങ്കിൽ മറന്നുപോകും

പാവം ദാമു എല്ലാവർക്കും നല്ലത് ചെയ്യും ഒടുവിൽ ഒറ്റയ്ക്ക് ആവും.

ഒടുവിൽ തനിക്ക് ഒരു നല്ല കൂട്ടുകാരനെ കണ്ടെത്താൻ ദാമു ഒരു ബുദ്ധി പ്രയോഗിക്കും

എന്താ അതെന്നൊ?

തന്റെ കൈയിൽ ഭക്ഷണം ഉണ്ടായിട്ടും ഒരു തവണ എല്ലാ കൂട്ടുകാരോടും ചോദിച്ചു നോക്കാൻ തീരുമാനിക്കും

അങ്ങനെ ദാമു കുറുക്കൻ,തമാശക്കാരൻ ആയ കുരങ്ങച്ചന്റെ അടുത്ത് ചെല്ലും

എന്നിട്ട് ഇങ്ങനെ ചോദിക്കും

കുരങ്ങച്ചാ, കുരങ്ങച്ചാ എനിക്ക് കുറച്ചു ആഹാരം തരുമൊ? പട്ടിണിയിലാണ് എന്തെങ്കിലും മതി

എന്നാൽ കുരങ്ങച്ചൻ പറയും " എന്റെ കൈയിൽ ഇല്ലല്ലൊ ദാമു, ഇനി നിന്നെപ്പോലെ ഞാനും ഇറങ്ങേണ്ടി വരും ആഹാരത്തിന് "

അങ്ങനെ ദാമു അവിടെന്ന് ഇറങ്ങാൻ നേരം ഒരു മരത്തിന്റെ ചുവട്ടിൽ കരിയിലകൾ കൊണ്ട് എന്തൊ മൂടി വച്ചിരിക്കുന്നത് കണ്ടു, അത് കണ്ടതും ദാമു കുറുക്കൻ കുരങ്ങച്ചനെ നോക്കി ചിരിച്ചു, ആ ചിരി കണ്ടതും കുരങ്ങച്ചൻ തല താഴ്ത്തി

എന്താ കാരണം?

ആ ഇല കൊണ്ട് മൂടിയത് മുഴുവൻ കുരങ്ങച്ചന്റെ ആഹാരമായിരുന്നു, ഒരുപാട് ഉണ്ടായിട്ടും അത്യാവശ്യം വരുന്നവർക്ക് ഒരു സഹായംപോലും ചെയ്യാതെ ഇരിക്കുന്നവർ തികച്ചും സ്വാർത്ഥരാണ്

അങ്ങനെ കുരങ്ങച്ചൻ തന്റെ കൂട്ടുകാരൻ അല്ലെന്ന് മനസ്സിലായി

അടുത്തത് മുയൽ കുട്ടിയെ കണ്ടു, അവിടെ നിന്നും ഇതുപോലെ ഒരു അനുഭവം ഉണ്ടായി

ഓരൊ വലിയ വലിയ കാട്ടിലെ മൃഗങ്ങളേയും ദാമു കുറുക്കൻ പോയി കണ്ടു എല്ലാവർക്കും ആവശ്യത്തിന് ആഹാരം ഉണ്ടായെങ്കിലും ദാമുവിന് കൊടുക്കാൻ തയ്യാറായില്ല, ദാമു ഒരിടയ്ക്ക് തന്റെ നല്ല കൂട്ടുകാരി ആണെന്ന് വിചാരിച്ചിരുന്ന വെള്ള പൂച്ച വരെ കൈ ഒഴിഞ്ഞു

അങ്ങനെ നിരാശയോടെ ദാമു തിരികെ നടന്നു നടന്നു തന്റെ സ്ഥലം എത്താറായി

തനിക്ക് ഇനി കൂട്ടുകാർ ഒന്നും വേണ്ടെന്ന് ദാമു തീരുമാനിച്ചിരിക്കുമ്പോൾ പുറകിൽ നിന്നും ദാമുവിനെ ആരൊ വിളിച്ചു

ആരായിരിക്കും അത്?

ഒരു എലി...

ദാമു കുറുക്കന് പണ്ട് മുതൽ ഈ എലി കുഞ്ഞുങ്ങളോട് വലിയ ദേഷ്യമാണ് അതുപോലെ ഇപ്പോഴും കാട്ടി

എങ്ങനെ എന്നൊ?

"എലികുട്ടി നീ ഒന്ന് പോകൂ എനിക്ക് ശാന്തമായി ഇരിക്കണം നിന്നെപ്പോലെ ചെറിയ ഒരാൾക്ക് എന്റെ സങ്കടം മാറ്റാൻ പറ്റില്ല, വിശപ്പും "

എലി തന്റെ മാളത്തിനുള്ളിലേക്ക് പോയി അന്ന് രാത്രി എലികുട്ടിക്ക് കഴിക്കാൻ വച്ചിരുന്ന ആഹാരം ദാമുവിന് നേരെ നീട്ടി

ദാമു കുറുക്കന്റെ കണ്ണുകൾ നിറഞ്ഞു

എന്തായിരിക്കും കാരണം?

ഇത്രയും അടുത്ത് ഉണ്ടായിട്ടും തന്നെക്കാൾ ചെറുതും അതുപോലെ ഭംഗിയില്ലാത്തത് കൊണ്ടും ദാമു ഒഴിവാക്കി വിട്ട എലികുട്ടി തന്നെ വേണ്ടി വന്നു ആഹാരം നൽകാൻ അതും അത്രയും അവഗണിച്ചിട്ടും

അങ്ങനെ ദാമു എലികുട്ടിയെ തന്റെ നല്ല കൂട്ടുകാരിയാക്കി അവരുടെ ലോകത്ത് സന്തോഷത്തോടെ അവർ ജീവിച്ചു.

ഇതിൽ നിന്നും നമുക്ക് എന്ത് മനസ്സിലാക്കാം ആരെയും വില കുറച്ച് കാണാതെ ഇരിക്കുക, ആവശ്യങ്ങൾക്ക് ആയി നമ്മളെ തേടി വരുന്നവരെ കൂട്ടുകാർ ആക്കുമ്പോൾ ശ്രെദ്ധിക്കുക അതുപോലെ ആപത്ത് കാലത്ത് കൂടെ നിൽക്കുന്നവരെ കൂടെ കൂട്ടാം.

3

കുട്ടി ശങ്കരൻ

ഒരിടത്ത് ഒരിടത്ത് ഒരു കുട്ടി ശങ്കരൻ എന്ന ആളുണ്ടായിരുന്നു. കുട്ടി ശങ്കരൻ എന്നാണ് പേര് എങ്കിലും നല്ല ഉയരവും അതുപോലെ ബോളുപോലെ വയറും ഉണ്ടായിരുന്നു. എവിടെ സദ്യ ഉണ്ടായിരുന്നാലും കുട്ടി ശങ്കരൻ ആദ്യം പോയി ഇരിക്കും എന്നിട്ട് എന്താ?

എന്നിട്ട് ഒരു തീറ്റയാണ് വയറ് നിറഞ്ഞ് കഴിഞ്ഞാലും വീണ്ടും വീണ്ടും തിന്നും.

" കുട്ടി ശങ്കരാ ഇത് തീറ്റ മത്സരം അല്ലാട്ടൊ "

ആരൊ കുട്ടിശങ്കരൻ എഴുനേൽക്കാറാവുമ്പോൾ വിളിച്ചു പറയും അത് ഒന്നും വകവെയ്ക്കാതെ ഒരു പഴം കൂടി തിന്നിട്ട് എഴുനേറ്റ് പോവും

ഒരു ദിവസം മാലഗ്രമത്തിലെ ഏറ്റവും വലിയ പണക്കാരന്റെ മോളുടെ കല്യാണം ആയിരുന്നു, വലിയ പണക്കാരൻ ആയിരുന്നതിനാൽ എല്ലാവരെയും അയാൾ കല്യാണത്തിന് ക്ഷണിച്ചു.

പാട്ടും ഡാൻസും പുഞ്ചിരിക്കുന്ന മുഖങ്ങളുമായി കല്യാണം മുന്നോട്ട് പോയി, അങ്ങനെ സദ്യക്കുള്ള ഒരുക്കമായി, പതിനഞ്ച് കൂട്ടം കറികൾ, പപ്പടം, മൂന്ന് തരം പായസം അങ്ങനെ വലിയ ഒരു സദ്യ.

ആദ്യത്തെ പന്തിയിൽ തന്നെ നമ്മുടെ കുട്ടി ശങ്കരൻ സ്ഥലം പിടിച്ചു,സദ്യ കഴിച്ച് തുടങ്ങി, വീണ്ടും വീണ്ടും ചോറും കറികളും ചോദിച്ചു ചോദിച്ചു വാങ്ങി അത് കഴിഞ്ഞപ്പോൾ പായസവും തന്റെ വയറ് പൊട്ടും എന്ന് തോന്നിപോയി എങ്കിലും വീണ്ടും കഴിച്ചു.

അവസാനം ഒരു പഴം കൂടി കഴിച്ചുകൊണ്ട് ഇരുന്ന കസേരയിൽ നിന്നും എഴുനേൽക്കാൻ തുടങ്ങിയതും ദാ കിടക്കുന്നു താഴെ...

തൊട്ടടുത്ത ചേട്ടന്മാർ എല്ലാവരും കൂടി കുട്ടിശങ്കരനെ എഴുനേൽപ്പിക്കാൻ നോക്കി,ആവശ്യത്തിൽ കൂടുതൽ തടിയും പോരാത്തതിന് വയറ് പൊട്ടും വരെ ഭക്ഷണം കഴിച്ചത് കൊണ്ടും എഴുനേൽക്കാൻ പറ്റിയില്ല.. വയറ്റിൽ ആണെങ്കിൽ ചെറിയ മൂളൽ ഒക്കെ കേട്ടു തുടങ്ങി..

എല്ലാം തന്റെ അമിതമായ ആഗ്രത്തിന്റെയും ആർത്തിയുടെയും ഫലം ആണെന്ന് മനസ്സിലാക്കിയ ശങ്കരൻ മുകളിലേക്ക് നോക്കി ഇങ്ങനെ പറഞ്ഞു

ഒരു വയറ് കൂടി തന്നിരുന്നെങ്കിൽ?

ജീവിതത്തിൽ നാം പഠിക്കേണ്ട ഒരു കാര്യം ഒന്നിനെയും അമിതമായി സ്നേഹിക്കാതെയും അതുപോലെ ആവശ്യം അനുസരിച്ച് മാത്രം ആഹാരം കഴിക്കുക എന്നതും ആണ് അല്ലെങ്കിൽ കുട്ടിശങ്കരന്റെ വിധി ആവും നമുക്കും.

" അമിതമായാൽ അമൃതും വിഷമാണ് "

4

കുഞ്ഞാറ്റയുടെ പട്ടിക്കുട്ടി

ഒരിടത്ത് ഒരിടത്ത് കുഞ്ഞാറ്റ എന്ന് പേരുള്ള ഒരു കുട്ടിയുണ്ടായിരുന്നു, അല്പം കുസൃതിയും എന്നും പുഞ്ചിരിക്കുന്ന മുഖവുമായിരുന്നു അവൾക്ക്.

ഒരു ദിവസം അവളുടെ അച്ഛൻ അവൾക്ക് ഒരു പട്ടിക്കുട്ടിയെ വാങ്ങികൊടുത്തു, അവൾക്ക് കളിക്കാനും താരാട്ട് പാടിയുറക്കാനും ഒരു കൂട്ടായ് അവൻ, ആ പട്ടിക്കുട്ടിയെ നിക്കിയെന്ന് പേരും ഇട്ടു.

ചെറിയ പട്ടിക്കുട്ടി ആയതിനാൽ അതിനെ പൂട്ടിയിടാനൊന്നും പറ്റില്ലായിരുന്നു.

ഒരു ദിവസം സ്കൂളിൽ പോയി വീട്ടിലേക്ക് വന്ന കുഞ്ഞാറ്റ കേൾക്കുന്നത് നിക്കിയെ മറ്റൊര് വലിയ പട്ടി കൊണ്ടുപോയെന്ന വാർത്തയാണ്

കുഞ്ഞാറ്റയ്ക്ക് സഹിക്കുമൊ? അവൾക്ക് അത്രയും അടുപ്പം ആയിരുന്നു അതിനോട്, കുഞ്ഞാറ്റ ഒരുപാട് കരഞ്ഞു.

ഒടുവിൽ തന്റെ ശ്രദ്ധക്കുറവ് മൂലമാണ് നിക്കിക്ക് ഇങ്ങനെ പറ്റിയതെന്ന് മനസ്സിൽ ഇട്ട് നടന്നു.

അതൊര് വലിയ നഷ്ടമാണെന്ന് കരുതി മുന്നോട്ട് ഉള്ള ഒരൊ കാര്യങ്ങളും നഷ്ടം ആയാൽ എന്നോർത്ത് ചെയ്യാതെയും, ആരോടും കൂട്ടുകൂടാതെയും ഇരുന്നു.

പാവം അല്ലെ കുഞ്ഞാറ്റ?

കുഞ്ഞാറ്റയ്ക്ക് നമുക്ക് എന്ത് പറഞ്ഞുകൊടുക്കാം, ചില നഷ്ടങ്ങൾക്ക് നമ്മൾ ഒരിക്കലും കാരണക്കാർ ആവില്ല അത് ദൈവത്തിന്റെ വിധിയാണ്, ഇവിടെ നിക്കി പോയത് തന്റെ മാത്രം

തെറ്റാണെന്ന് കരുതുന്നിടത്താണ് കുഞ്ഞാറ്റയ്ക്ക് സങ്കടം ഉണ്ടാവുന്നത്, പക്ഷേ ജീവിതത്തിൽ ചിലതൊക്കെ ഭാവിയിൽ നഷ്ടമായാലൊ എന്ന് കരുതി വേണ്ടെന്ന് വയ്ക്കുമ്പോൾ സങ്കടം ജീവിതം മുഴുവൻ പിന്തുടരും.

5

രാജുവും രാമുവും

രാമുവിന്റെ കളിക്കൂട്ടുകാരനായിരുന്നു രാജു, ഒരേ പ്രായം അതുപോലെ ഒരേ സ്കൂളിലാണ് പഠിക്കുന്നത്..

എങ്കിലും രാമുവിന് എല്ലാ പരീക്ഷയിലും രാജുവിനെക്കാൾ മാർക്ക് കൂടുതലായിരുന്നു

ഒരേ ടീച്ചർ പഠിപ്പിക്കുന്ന പാഠങ്ങൾ അതുപോലെ സ്കൂൾ കഴിഞ്ഞ് ട്യൂഷനും ഒരുമിച്ച് തന്നെയായിരുന്നു എങ്കിലും രാജുവിന് എന്നും കൂട്ടുകാരനോട് അസൂയ ഉണ്ടായിരുന്നു, തന്റെ വീട്ടിലെപോലെ പണമെ സൗകര്യങ്ങളൊ ഒന്നും തന്നെ രാമുവിന്റെ വീട്ടിൽ ഇല്ല എങ്കിലും മാർക്ക് കൂടുതൽ അവനാണ്

മത്സര ബുദ്ധിയോടെയാണ് എന്നും രാജു രാമുവിനെ നോക്കിയിരുന്നത്.

ഒരിക്കൽ ഓണ പരീക്ഷയുടെ മാർക്സ് വന്നതിന് ശേഷം രാജു രാമുവിനോട് ഈ കാര്യം ചോദിക്കുകയുന്നുണ്ടായി

രാജുവിന്റെ ചോദ്യത്തിന് രാമു ഒരു ഉത്തരം പറഞ്ഞു, എന്റെ അച്ഛൻ ഒരു കൂലിപ്പണിക്കാരനാണ് ഞാൻ ഒരിക്കലും വലുതാവുമ്പോൾ അതുപോലെ ആവാൻ ആഗ്രഹിക്കുന്നില്ല എന്ന് മാത്രം ആയിരുന്നു.

ജീവിതത്തിൽ നാം ജീവിക്കുന്ന ചുറ്റുപാടിൽ നിന്നും ഒരു പടി മുകളിൽ നിൽക്കാൻ ആഗ്രഹിക്കുന്നവർക്ക് വിജയം ഉറപ്പായിരിക്കും, ആളുകൾ അങ്ങനെ ഉള്ളവരെ അംഗീകരിക്കുകയും ചെയ്യും.

6

ജീകു

ജീവിതത്തിൽ എല്ലാ കാര്യത്തിലും മടിയുള്ള കുട്ടിയായിരുന്നു ജീകു മുറിയിൽ നിന്നും പുറത്തേക്ക് ഇറങ്ങാൻ പോലും മടിയായിരുന്നു ആ കുട്ടിക്ക്, എല്ലാം തനിക്ക് ആരെങ്കിലും ഒക്കെ ചെയ്ത് തരണം എന്നൊക്കെ ഉള്ള നിർബന്ധമുണ്ടായിരുന്നു, എന്തിന് പറയുന്നു ഇട്ടിരുന്ന വസ്ത്രംപോലും മാറാൻ മടിയായിരുന്നു.

ഇവന്റെ മടി മാറ്റാനുള്ള ഒരു വഴിയും മാതാപിതാക്കൾക്ക് അറിയില്ലായിരുന്നു.

ഒരു ദിവസം മാതാപിതാക്കൾ രാവിലെ അവനോട് യാത്ര പറഞ്ഞുകൊണ്ട് ഒരു പരുപാടിക്ക് പോയി, രാവിലെ പോയതിനാൽ കഴിക്കാൻ ഒന്നും ഉണ്ടാക്കിയില്ല, ഉടനെ മടങ്ങി വരും എന്ന് പറഞ്ഞാണ് അവർ പോയത്.

ജീകൊ അതുകൊണ്ട് പുതച്ചുമൂടി അവിടെ തന്നെ കിടന്നു. വിശന്ന് തുടങ്ങിയപ്പോൾ അവൻ മാതാപിതാക്കൾക്ക് ഫോൺ ചെയ്തെങ്കിലും അവർ താമസിക്കും എന്നുള്ള മറുപടി അവനെ അസ്വസ്ഥനാക്കി

വീണ്ടും വീണ്ടും വിശന്നപ്പോൾ ജീകൊ വീടിന് പുറത്തേക്ക് ഇറങ്ങി, അവരുടെ മുറ്റത്തെ ആപ്പിൾ മരത്തിൽ നിറയെ പഴങ്ങൾ നിറഞ്ഞിരിക്കുന്നത് അവൻ കണ്ടു. കുറച്ച് ആപ്പിൾ കഴിക്കാൻ ഉള്ളിൽ ആഗ്രഹിച്ചു, പക്ഷേ മരത്തിൽ കയറാനും പഴങ്ങൾ പൊട്ടിക്കാനും അവന് മടിയായിരുന്നു.

അങ്ങനെ അവൻ മരത്തിന്റെ ചുവട്ടിൽ കിടന്ന് പഴങ്ങൾ കൊഴിയുന്നത് വരെ കാത്തിരുന്നു. ജീകൊ ഒരുപാട് നേരം കാത്തിരുന്നിട്ടും ഒരു ആപ്പിൾ പോലും വീണില്ല, വിശപ്പാണെങ്കിൽ

കൂടുകയും ചെയ്തു.

ഒടുവിൽ അവന്റെ മാതാപിതാക്കൾ തിരിച്ചെത്തിയപ്പോൾ മുറിയിൽ തളർന്നു കിടക്കുന്ന ജീകൊയെ ആണ് കാണുന്നത്, അവന് അവർ കൊണ്ടുവന്ന ആഹാരം കൊടുത്തു വീണ്ടും അവൻ പഴയപോലെയായി..ആപ്പിളിന്റെ കാര്യവും അവൻ പറഞ്ഞിരുന്നു.

കുറച്ചു സമയം കഴിഞ്ഞ് അവന്റെ അച്ഛരന് ഒരു ഉപദേശം നൽകി, നീ ഒരിക്കൽ എങ്കിലും ആ ആപ്പിളിന് വേണ്ടി ശ്രമിച്ചിരുന്നെങ്കിൽ അത് കഴിക്കാമായിരുന്നു, പക്ഷെ നീ മനസ്സിൽ ആ കാര്യം ചിന്തിച്ചു എന്നല്ലാതെ അത് പ്രവർത്തിയിലോട്ട് കൊണ്ടുവന്നില്ല അതുകൊണ്ട് തന്നെ പരാജയം ഏറ്റുവാങ്ങി.

പരിശ്രമിച്ചാൽ ഈ ലോകത്ത് മനുഷ്യന് നേടാൻ സാധിക്കാത്തതായ് ഒന്നുമില്ല.

7

സന്യാസിയുടെ അഹങ്കാരം

ഒരിടത്ത് ഒരു സന്യാസിയുണ്ടായിരുന്നു വേദങ്ങളൊക്കെ കാണാപാഠമായിരുന്നു അദ്ദേഹത്തിന്, വിദ്യാർത്ഥികൾക്ക് വേദങ്ങൾ പഠിപ്പിച്ചുകൊണ്ട് ഒരുപാട് സമ്പാദ്യം ആ സന്യാസിയുണ്ടാക്കിയിരുന്നു അതിന് അനുസരിച്ചു അഹങ്കാരവും വന്നു, പിന്നീട് പലപ്പോഴും കുട്ടികൾക്ക് പല പഠന വിഷയങ്ങളും മനസ്സിലായിരുന്നില്ല സന്യാസിയുടെ അടുത്തുപോയി ഇതൊക്കെ ചോദിക്കാനും മടിയായിരുന്നു കാരണം ആ ഗ്രാമത്തിൽ ഈ സന്യാസിയുടെ കീഴിലാണ് പഠനം എന്ന് പറഞ്ഞാൽ തന്നെ ഒരഭിമാനമായിരുന്നു, കുട്ടികളുടെ മാതാപിതാക്കൾക്ക് അത് തന്നെയായിരുന്നു വലുത്

സന്യാസിയുടെ അടുത്ത് തന്നെ ഒരുപാട് കഷ്ടതകൾ കൊണ്ട് ജീവിതം പഠിച്ച ഒരു അദ്ധ്യാപകനുണ്ടായിരുന്നു, ദാരിദ്ര്യം മൂലം പുതിയ വസ്ത്രങ്ങൾ പോലും പണം ഇല്ലാത്തതിനാൽ പഴയ വസ്ത്രങ്ങൾ തന്നെ ഉപയോഗിച്ച് പോന്നു.

കുട്ടികൾ ഒന്നും തന്നെ ഇങ്ങനെ ദാരിദ്ര്യ അവസ്ഥയിൽ ഉള്ളതുകൊണ്ട് തന്നെ അങ്ങോട്ടേക്ക് പോയി പഠിക്കാൻ ഒന്നും കൂട്ടാക്കിയിരുന്നില്ല, അതുപോലെ സന്യാസിയുടെ വീടുപോലെ വലുതല്ലാത്തതിനാൽ കുട്ടികളുടെ മാതാപിതാക്കൾക്കും താല്പര്യം ഇല്ലായിരുന്നു.

ഒരു ദിവസം സന്യാസിക്ക് വേദങ്ങൾ പഠിപ്പിക്കുന്നതിന് തുക നൽകാൻ ഇല്ലാത്തത് കാരണം സന്യാസി മഠത്തിൽ നിന്നും ഒരു കുട്ടിയെ ഇറക്കി വിട്ടു, ആ കുട്ടി കരഞ്ഞുകൊണ്ട് പോവുന്നത് ഈ അദ്ധ്യാപകൻ കണ്ടു.

എന്താ മോനെ ഇങ്ങനെ കരയുന്നെ?

പഠിക്കുന്നതിനുള്ള പണം കെട്ടിയില്ല എന്നെ അവിടെ നിന്ന് പറഞ്ഞു വിട്ടു, എന്റെ ആഗ്രഹ പ്രകാരമാണ് അമ്മ ഇവിടെ ചേർത്തത്, അമ്മയ്ക്ക് ഇപ്പോൾ ജോലിയും ഇല്ല, ഇനിയും ഒരുപാട് പഠിക്കാനുണ്ട്

അവന്റെ സങ്കടം കണ്ടപ്പോൾ അയാൾ ചോദിച്ചു

ഞാൻ നിനക്ക് വേദങ്ങൾ ചൊല്ലി തരട്ടെ എന്ന്?

കുട്ടിക്ക് അതിശയമായ്, ഈ കുടിൽ നിന്നുള്ള ഒരാൾക്ക് വേദങ്ങൾ അറിയുമൊ?പഠിക്കാൻ ഉള്ള മോഹംകൊണ്ട് അവൻ തലയാട്ടി

പിറ്റേന്ന് മുതൽ ആ അദ്ധ്യാപകൻ അവന് വേദങ്ങളിൽ കൂടി തന്നെ ജീവിതത്തിൽ മുന്നേറാൻ ഉള്ള വഴികളും പറഞ്ഞുകൊടുത്തു, അയാളുടെ പഠന ശൈലികൾ ആ ഗ്രാമം മുഴുവൻ അറിയാൻ തുടങ്ങി.അങ്ങനെ ഓരോ വിദ്യാർത്ഥികളായി പഠിക്കാൻ വന്ന് തുടങ്ങി, സന്യാസി മഠത്തിൽ കുട്ടികൾ കുറയുന്നത് ഈ അദ്ധ്യാപകൻ കാരണമാണെന്ന് മനസ്സിലാക്കിയ സന്യാസി അദ്ധ്യാപകനുമായി ഒരു വേദങ്ങളെ കുറിച്ചൊര് മത്സരം നടത്താൻ തീരുമാനം എടുത്തു.

താല്പര്യം ഇല്ലാഞ്ഞിട്ട് കൂടി ആ അദ്ധ്യാപകൻ അതിന് സമ്മതിച്ചു.

അങ്ങനെ മത്സരദിനം വന്നെത്തി, ഞാനാണ് വേദങ്ങളുടെ രാജാവ് എന്ന് പറഞ്ഞ സന്യാസി ഓരോന്നായി പറഞ്ഞു തുടങ്ങി, മനസ്സ് മുഴുവൻ അഹങ്കാരംകൊണ്ട് മൂടിയതിനാൽ പലതിലും സന്യാസിക്ക് പിഴവ് സംഭവിച്ചു.

എന്നാൽ വിനയത്തോടെ കാര്യങ്ങൾ എല്ലാം അവതരിപ്പിച്ച അദ്ധ്യാപകൻ ആ മത്സരത്തിൽ വിജയിക്കുകയും ഒരുപാട് പേരുടെ ശ്രദ്ധ പിടിച്ചുപറ്റുകയും ചെയ്തു.

ഈ കഥയിൽ നിന്നും നമുക്ക് ചില കാര്യങ്ങൾ മനസ്സിലാക്കാം എല്ലാം നേടിയെന്ന് കരുതി അഹങ്കാരം അരുത്, അദ്ധ്യാപകൻ തന്റെ മോശമായ അവസ്ഥപോലും മറന്നുകൊണ്ട് വിദ്യ നൽകി,സമ്പാദിക്കാൻ വേണ്ടി മാത്രം വിദ്യയെ കൂട്ടുപിടിക്കാതെയിരിക്കുക കാരണം അറിവ് ഒരു പകർന്നാട്ടമാണ്, വൈകിയാണെങ്കിൽ കൂടി നമ്മുടെ കഴിവുകൾ ലോകം അംഗീകരിക്കുക തന്നെ ചെയ്യും അതിനായ് കാത്തിരിക്കാം, പരിശ്രമിക്കാം.

8

ഹീറോ കുട്ടപ്പൻ

ഒരിടത്ത് ഒരിടത്ത് ഒരു കുഞ്ഞു ഗ്രാമമുണ്ടായിരുന്നു, അവിടെ ഒരു ഭൂതവും, നാട്ടുകാർക്ക് എല്ലാം ആ ഭൂതത്തെ പേടിയായിരുന്നു രാത്രി ആയാൽ ആ നാട്ടിലെ ആരും പുറത്തേക്ക് ഇറങ്ങില്ല.

ഭൂതത്തെ നേരിൽ കാണാൻ ആർക്കും ഇതുവരെ സാധിച്ചിരുന്നില്ല, അങ്ങനെ ഒരിക്കൽ കുട്ടപ്പൻ ഭൂതത്തെ ഒന്ന് കാണാൻ തന്നെ തീരുമാനിച്ചു.

ആരാ കുട്ടപ്പൻ എന്നാണോ? ഒരു പാവം പയ്യൻ ഒന്നും അല്ല, മണ്ടത്തരത്തിന്റെ ഉസ്താദ് ആയിരുന്നു കക്ഷി, പക്ഷേ എന്തൊ ഇടയ്ക്ക് ഇടയ്ക്ക് ചില മണ്ടത്തരങ്ങൾ കുട്ടപ്പന്റെ നേട്ടത്തിന് കാരണമായിട്ടുണ്ട്

"കുട്ടപ്പാ.... നീ സത്യത്തിൽ ഭൂതത്തെ കാണാൻ പോകുവാണൊ? അതൊ വല്ല കള്ളവും ആണൊ? "

" പോടാ... ഞാൻ കൂടൂല, ഞാൻ കാണും ഇന്ന്"

ഭൂതം പാർക്കുന്ന സ്ഥലത്തേക്ക് കുട്ടപ്പൻ ഒരു ടോർച്ചുമായി നടന്നു, പകൽ എന്തിനാണ് ടോർച്ച് കത്തിച്ച് നടക്കുന്നത് എന്ന് കുട്ടപ്പന് മാത്രം അറിയൂ..

അങ്ങനെ ഭൂതം പാർക്കുന്നു എന്ന് പറയുന്ന വീട് എത്തി, പതുക്കെ വാതിൽ തുറന്നു അവൻ അകത്ത് കയറി

കുട്ടപ്പന് നന്നായി വിശന്നു സഞ്ചിയിൽ കരുതിയ ഒരു പഴം എടുത്തു തൊലി കളഞ്ഞു തിന്നു.

ഈ തൊലി എവിടെ ഇടും ദൈവേ? കുട്ടപ്പന് ഒരു ആശ ആ തൊലി തറയിൽ ഇട്ടിട്ട് ഒന്ന് തെന്നി നടക്കണം എന്ന്

കുട്ടപ്പൻ പഴംതൊലി താഴെയിട്ട് അതിന് മുകളിൽ കൂടി നടന്നു... ദേ കിടക്കുന്നു.. തൊലിയിൽ ചവിട്ടി ഒരു വീഴ്ച

എന്നാലും കുട്ടപ്പൻ ഹാപ്പി ആയി

മുകളിലേക്ക് ഉള്ള പടികൾ കയറാൻ നടക്കേണ്ടി വന്നില്ല നീന്തി വന്നു..

കുട്ടപ്പൻ ഓരൊ പടികൾ ആയി കയറി തുടങ്ങി, പടികൾ തീർന്നതും മുകളിൽ മൂന്ന് മുറികൾ കണ്ടു, എന്തായാലും പോയി നോക്കാം എന്ന് ഓർത്തുകൊണ്ട് ആദ്യം കണ്ട മുറിയിലെ വാതിൽ തുറന്നു അകത്ത് കയറി

അവിടെ ഇരുന്ന ഓരോ സാധങ്ങൾ എടുത്ത് നോക്കുന്ന സമത്ത് ആരൊ നടന്നു വരുന്ന ശബ്ദം കേട്ടു..

അയ്യോ ഭൂതം ആവും കുട്ടപ്പൻ അടുത്ത് കണ്ട കട്ടിലിന്റെ താഴെ ഒളിച്ചു, പേടിപ്പിക്കുന്ന മുഖവുമായി ഒരാൾ അകത്തേക്ക് കടന്ന് വന്നു

കുട്ടപ്പൻ പതുക്കെ ഭൂതത്തിന്റെ മുഖത്തേക്ക് നോക്കി

ഭൂതം തന്റെ മുഖംമൂടി ഊരുന്നു, കുട്ടപ്പന്റെ പ്രതീക്ഷകൾ തെറ്റി

കള്ളൻ കൊച്ചാപ്പു ആയിരുന്നു ആ ഭൂതം, ആളുകളെ പേടിപ്പിച്ചു കക്കുന്നതാണ് പരുപാടി എന്ന് കുട്ടപ്പന് മനസ്സിലായി

കട്ടിലിന്റെ കാലിൽ കൂടി പോയ ഒരു ഉറുമ്പ് കുട്ടപ്പന്റെ മൂട്ടിലിട്ട് ഒരു കടി കൊടുത്തു, കുട്ടപ്പൻ വേദനകൊണ്ട് അലറി കരഞ്ഞു, എഴുനേൽക്കാൻ നോക്കിയതും കട്ടിലിൽ തല ഇടിച്ചു

"കുട്ടപ്പൊ.....? "

കൊച്ചാപ്പു കുട്ടപ്പനോട് പുറത്തേക്ക് വരാൻ ആവശ്യപ്പെട്ടു, കുട്ടപ്പൻ പുറത്ത് പോയാൽ നാട്ടിൽ പാട്ടാകും എന്ന് ബോധ്യമുള്ളത് കൊണ്ട് കട്ട സാധനങ്ങളുടെ കൂട്ടത്തിൽ കുട്ടപ്പനെ കെട്ടിയിടാൻ തീരുമാനിച്ചു

കുട്ടപ്പൻ പതിയെ ഇറങ്ങി.. തലയിൽ ഒരു കൈ കൊണ്ട് വേദനയുള്ള സ്ഥലത്ത് തടവി അതുപോലെ മൂട്ടിലും ഒരു കൈ കൂടി ഉണ്ടായിരുന്നെങ്കിൽ എന്ന് കുട്ടപ്പൻ ആലോചിച്ചു പോയി..

കുട്ടപ്പൻ കൊച്ചാപ്പുവിനെ നോക്കി, അലമാരയിൽ നിന്നും കയർ എടുക്കുന്നത് കണ്ട കുട്ടപ്പൻ പുറത്തേക്ക് ഓടി, പുറകെ ഇത് കണ്ടതും കൊച്ചാപ്പുവും ഓടി.

പടികൾ ഇറങ്ങി താഴേക്ക് ഓടിയ കുട്ടപ്പന് പുറകെ ഓടിയ കൊച്ചാപ്പു താഴെ തറയിൽ കിടക്കുന്ന പഴംതൊലി കണ്ടില്ല നേരെ നടുവും തല്ലി താഴേക്ക് വീണു..

പുറകെ കൊച്ചാപ്പു വരുന്നില്ല എന്ന് കണ്ടപ്പോൾ കുട്ടപ്പൻ തിരിഞ്ഞു നോക്കി, ദേ കിടക്കുന്നു വാഴപ്പിണ്ടിപോലെ എഴുനേൽക്കാനും പറ്റാതെ..

കുട്ടപ്പൻ നോക്കി നിൽക്കെ അങ്ങോട്ടേക്ക് ഒരു വണ്ടി വരുന്നത് കണ്ടു, പോലീസ് വണ്ടി ആയിരുന്നു അത്..

കുട്ടപ്പൻ വിനീതനായി നിന്നു, കാര്യങ്ങൾ ചോദിച്ചറിഞ്ഞ പോലീസുകാർ കുട്ടപ്പനെ ധീരൻ എന്ന് വിളിച്ചു..

ഈ വാർത്ത നാട്ടിൽ പാട്ടായി, ഭൂതത്തെ പിടിച്ചു കെട്ടിയ കുട്ടപ്പൻ പിന്നീട് ഹീറോ കുട്ടപ്പൻ എന്ന് അറിയപ്പെട്ടു.

ഒരു പഴംതൊലി അങ്ങനെ ഒരാളെ സൂപ്പർ ഹീറോ ആക്കി..

9

പാട്ടുകാരൻ കിച്ചു

ഒരിടത്ത് ഒരിടത്ത് കിച്ചു എന്ന് പേരുള്ള ഒരു കുട്ടിയുണ്ടായിരുന്നു,പഠിക്കാൻ മുന്നിൽ അല്ലെങ്കിലും പാട്ട് പാടാൻ മിടുക്കനായിരുന്നു കിച്ചു.

എന്നാലും കിച്ചുവിന് ഒരു സങ്കടം ഉണ്ടായിരുന്നു തന്നെ പ്രോത്സാഹിപ്പിക്കാൻ ഈ ഭൂമിയിൽ ആരുമില്ല എന്നുള്ള സങ്കടം,ഒരു ചെറിയ കുടുംബത്തിൽ ജനിച്ച കിച്ചുവിന്റെ മാതാപിതാക്കൾക്ക് ഓരൊ ദിവസം ആഹാരം കഴിച്ച് മുന്നോട്ട് പോവുന്നതിനെ കുറിച്ച് മാത്രമായിരുന്നു ചിന്ത, കിച്ചു പഠിക്കുന്നതിന് വേണ്ടി കടം വാങ്ങിയിട്ട് ആണെങ്കിൽ കൂടി ഓരൊ സാധനങ്ങൾ വാങ്ങി കൊടുക്കുമായിരുന്നു അവർ, എന്നാൽ സ്കൂളിൽ പാട്ട് പാടാൻ ഒരു അവസരം വന്നാൽ, തൊട്ടടുത്ത ഒരു പരുപാടിയിൽ പാടാൻ ആരെങ്കിലും വിളിച്ചാലും കിച്ചു പഠിക്കുവാണ് ഇപ്പോൾ സമയം ഇല്ലെന്ന് വീട്ടുകാർ പറയും.

കിച്ചുവിന്റെ മാതാപിതാക്കൾക്ക് വിദ്യാഭ്യാസം കുറവായതിനാൽ തന്റെ മകൻ അത് നേടണം എന്നുള്ള തോന്നലിൽ അവർ അവന്റെ കഴിവിനെ കണ്ടില്ലെന്ന് നടിക്കുകയയും, പ്രോത്സാഹനം നൽകാതെ ഇരിക്കുകയയും ചെയ്തു.

എന്നാൽ പഠനത്തിൽ മുന്നോട്ട് പോവാൻ അവന് സാധിച്ചില്ല അതിൽ നിന്നും ഒരു വരുമാന മാർഗ്ഗം നേടാനും, എങ്കിലും തന്റെ ഉള്ളിലുള്ള സംഗീതം അവൻ വിട്ടില്ല, ഒരുപാട് വേദികളിൽ തന്റെ കഴിവിന്റെ പരമാവധി എടുത്തവൻ പാടി.. പതിയെ പതിയെ അവന്റെ സംഗീതം പുതിയ പുതിയ ആളുകളിലേക്ക് എത്തുകയയും സംഗീതത്തിൽ നിന്നും സമ്പാദ്യം നേടാൻ കഴിയുകയയും ചെയ്തു.

കുട്ടികൾക്ക് കഴിവുകൾ ഉണ്ടെങ്കിൽ എത്ര ബുദ്ധിമുട്ടുള്ള സമയത്തും അവരെ പ്രോത്സാഹിപ്പിക്കാൻ ശ്രമിക്കണം, ആ ഒരു പ്രോത്സാഹനം അവരിൽ നിന്നും നിങ്ങൾക്ക് ഉണ്ടായില്ലെങ്കിൽ കൂടി സ്വന്തം കഴിവിൽ വിശ്വസിച്ച് മുന്നോട്ട് പോവണം, സ്വയം പ്രോത്സാഹിപ്പിക്കാൻ സാധിക്കണം.

10

ഗോകൊ നാടിന്റെ രാജ്ഞി

ഒരുപാട് വർഷങ്ങൾക്ക് മുൻപ് ഗോകൊ എന്നൊര് നാടുണ്ടായിരുന്നു അവിടെ ഉള്ള മനുഷ്യർക്ക് എല്ലാം 10 അടിക്ക് മുകളിൽ പൊക്കം ഉണ്ടായിരുന്നു എന്ന് പറയപ്പെടുന്നു. അവിടത്തെ രാജാവായിരുന്നു ഷീകൊ എന്ന അറുപത് വയസ്സുള്ളയാൾ ഷീകൊയ്ക്ക് രണ്ട് മക്കൾ ഷീക എന്നൊര് മാലാഖയും ഷീ എന്നൊര് രാക്ഷസനും

ഷീ എന്ന പുത്രൻ മറ്റുള്ളവരെപോലെ ആയിരുന്നില്ല അയാൾക്ക് പന്ത്രണ്ട് അടി പൊക്കവും ശരീരം ആകെ പച്ച നിറവും പല്ലിയുടെ പോലെ ഒരു വാലും ഉണ്ടായിരുന്നു, ഷീകൊയോട് സന്യാസികൾ പറഞ്ഞത് കറുത്ത രാത്രിയിൽ ജനിച്ചത് കൊണ്ട് ഇങ്ങനെ ആയെന്നാണ്. അന്നാട്ടിൽ വർഷത്തിൽ ഒരിക്കൽ ഈ കറുത്ത രാത്രിയുണ്ട് അന്ന് ഗതി കിട്ടാത്ത ആത്മാക്കളും, പ്രേതങ്ങളും അലഞ്ഞു നടക്കും പുതിയ ഒരു ശരീരത്തിനായ്, അന്ന് ആ രാത്രി പുറത്തേക്ക് ആ രാജ്യത്തെ ആരും ഇറങ്ങില്ല, ഒരു കറുത്ത രാത്രിയിലാണ് ഈ ഷീ ജനിക്കുന്നത് ഇത് അറിഞ്ഞ കൽകൊ എന്ന ദുരാത്മാവ് ആ കുട്ടിയുടെ ശരീരത്തിൽ പ്രവേശിക്കുന്നു ആ സമയത്ത് തന്നെ അമ്മയും മരിക്കുന്നു.

തന്റെ ഭാര്യ മരിച്ചത് ഈ കുഞ്ഞ് കാരണം ആണല്ലൊ എന്നോർത്ത് അതിനെ വധിക്കാൻ തീരുമാനിക്കുന്നു എന്നാൽ സന്യാസി പറയുന്നു അടുത്ത പത്ത് വർഷങ്ങൾക്ക് ശേഷം മാത്രം കറുത്ത രാത്രിയിൽ ഇതിനെ കൊന്നാൽ മതിയെന്ന് അല്ലെങ്കിൽ പൂർണ്ണ ദുരിതമാണ് ഫലം എന്ന്.

സന്യാസിയുടെ നിർദേശപ്രകാരം ഷീയെ ഒരു കൂട്ടിൽ അടയ്ക്കുന്നു, ജനിച്ചതിന് ശേഷം അതിന് പെട്ടന്ന് പെട്ടന്ന് വളർച്ച വയ്ക്കാൻ തുടങ്ങിയിരുന്നു.

കറുത്ത രാത്രിയ്ക്ക് ഒരു വർഷം മുൻപ് ഷീകൊ ആത്മഹത്യ ചെയ്യുന്നു, എന്തിനാണ് മരിച്ചതെന്ന് പോലും ആർക്കും അറിയില്ല, രാജ്യത്ത് ഒരുപാട് പുതിയ പ്രശ്നങ്ങൾ ഉണ്ടായി.. സന്യാസിയുടെ നിർദേശങ്ങൾക്ക് അനുസരിച്ച് ഷീക അവിടെത്തെ ആദ്യ രാജ്ഞിയാവാൻ തീരുമാനിച്ചു എന്നാൽ ഇത് എല്ലാം ഷീ തന്റെ ജാല വിദ്യ ഉപയോഗിച്ച് കാണുന്നുണ്ടായിരുന്നു, ഒട്ടനവധി വിദ്യകൾക്ക് അധിപനായിരുന്നു ഷീ, രാജ്യം ഭരിക്കണം എന്നുള്ള അതിയായ മോഹത്തിലാണ് അയാൾ സ്വന്തം അച്ഛന്റെ മനസ്സിൽ കയറി അങ്ങനെയൊക്കെ ചിന്തിപ്പിച്ച് മരണത്തിലേക്ക് തള്ളിവിട്ടത്.

ഷീ ആ കൂട്ടിൽ നിന്നും പുറത്ത് കടന്നു.. ജലദേവനായ ഒറ്റസിനെ കൂട്ട് പിടിച്ചുകൊണ്ട് രാജ്യത്ത് പ്രളയം സൃഷ്ടിക്കുകയും, മറ്റുള്ള ജാലവിദ്യകൾ ഉപയോഗിച്ച് മാറാരോഗങ്ങൾ ഉണ്ടാക്കുകയും ചെയ്തു.

ഇത് എല്ലാം ചെയ്തത് ഷീകയ്ക്ക് രാജ്യം ഭരിക്കാൻ ഒട്ടും യോഗ്യതയില്ല എന്നുള്ള തോന്നൽ ജനങ്ങളിൽ ഉണ്ടാക്കാൻ ആയിരുന്നു.

എന്നാൽ പ്രളയ നഷ്ടവും രോഗങ്ങളും ഒരു പരിധി വരെ പിടിച്ചു നിർത്താൻ അവൾക്ക് ആയി

"രാജ്ഞി ഈ പ്രവർത്തിക്ക് എല്ലാം പിന്നിൽ നിങ്ങളുടെ സഹോദരൻ ഷീയാണെന്നതിൽ സംശയമില്ല, നമുക്ക് ആ കറുത്ത രാത്രി വരെ കാത്തിരിക്കേണ്ടതായുണ്ട് "

അല്ലയോ സന്യാസി ഇനിയും രണ്ട് മാസങ്ങൾ കൂടിയുണ്ട് ആ രാത്രിക്ക് അതുകൊണ്ട് തന്നെ ഇനിയും കാത്തിരുന്നാൽ ഷീ ഈ രാജ്യം തന്നെ ഇല്ലാതാക്കും മറ്റെന്തെങ്കിലും ചെയ്തേ പറ്റൂ

ഷീക ആലോചനയിൽ മുഴുകി

കറുത്ത രാത്രിയിൽ മാത്രമേ ഷീയുടെ ശക്തി കുറയുകയൊള്ളൂ, അന്ന് സാക്ഷാൽ രക്ത മിത്രന്റെ വാൾ ഉപയോഗിച്ച് വധിക്കുകയും ചെയ്യണം, ഇതെല്ലാം രാജ്ഞിയെ കൊണ്ട് ഒറ്റയ്ക്ക്?

ഷീക സന്യാസിയെ സൂക്ഷിച്ചു നോക്കി

ഈ ലോകത്ത് ഒരു സ്ത്രീക്ക് സാധിക്കാത്തത് ഒന്നുമില്ല, ആ ധൈര്യം എപ്പോൾ ഉടലെടുക്കുന്നോ അന്ന് മുതൽ അവളെ ആർക്കും തടയാൻ സാധിക്കില്ല

ഷീകയുടെ വാക്കുകൾ മന്ത്രിമാർ മുകേന രാജ്യം ആകെ പടർന്നു, ഒരു സ്ത്രീക്ക് ഇത്രയും ധൈര്യം ഉണ്ടെങ്കിൽ നമ്മൾ ഒരുമിച്ചു നിന്നാൽ രാജ്യം സംരക്ഷിക്കാം എന്നും അവർ ഉറപ്പിച്ചു.

ഷീ തന്റെ ജാലവിദ്യകൾ ഉപയോഗിച്ച് രാജ്യത്തിന്റെ പല ഭാഗത്തും അക്രമങ്ങൾ നടത്തി, ഓരോ പടയാളിയും തന്റെ മുന്നിൽ വാശിയോടെ പൊരുതി മരിക്കുന്നത് ഷീ നോക്കി നിന്നു

മാസങ്ങൾ കടന്നുപോയി കറുത്ത രാത്രി ദിനമായി, തന്റെ ഗുഹയ്ക്ക് ഉള്ളിൽ ശക്തി വർദ്ദിപ്പിക്കുന്നതിനായി പൂജയിൽ ആയിരുന്നു ഷീ, കറുത്ത രാത്രിയിൽ മാത്രം ശക്തി കുറയുന്നതുകൊണ്ട് ഗുഹയ്ക്ക് പുറത്ത് രാക്ഷസന്മാരായ മൂന്ന് കാവൽക്കാരും ഉണ്ടായിരുന്നു, എങ്കിലും അവർക്ക് ചില പോരായ്മകളും ഉണ്ടായിരുന്നു.

ജാകൊ രാക്ഷസൻ സങ്കടം കണ്ടാൽ മനസ്സ് അലിയുന്ന ആളായിരുന്നു, രണ്ടാമത്തെ സ്ഥലത്ത് നിന്നിരുന്നത് സികൊ ആയിരുന്നു കണ്ണ് കാണാൻ സാധിക്കില്ലായിരുന്നു, മൂന്നാമത്തെ രാക്ഷസന് ചെവികേൾക്കില്ലായിരുന്നു, എന്നാൽ ഈ കുറവുകൾ എല്ലാം ഷീയ്ക്ക് മാത്രം അറിയാമായിരുന്നൊള്ളൂ.

ഷീകയുടെ ആയുധം ശക്തിയെക്കാൾ ഉപരി ബുദ്ധി ആയിരുന്നു, സന്യാസിയുടെ ദിവ്യ ദൃഷ്ടിയിൽ ഈ രക്ഷസൻമാരുടെ പോരായ്മകൾ കാണുകയും അതിനെ തോല്പിക്കാൻ ഷീക ചിലതൊക്കെ ആസൂത്രണം ചെയ്യുകയും ചെയ്തു, താൻ ഒറ്റയ്ക്ക് തന്നെ അവരെ കീഴ്പ്പെടുത്തി ഷീയെ വധിക്കുമെന്നും പറഞ്ഞുകൊണ്ട് അവർ കൊട്ടാരം വിട്ട് ഗുഹ ലക്ഷ്യമാക്കി പോയി.

ഗുഹയ്ക്ക് മുന്നിലെ ആദ്യത്തെ വഴിയിൽ അതാ ജാകൊ

ഷീക കുതിരപ്പുറത്ത് നിന്ന് ഇറങ്ങി കൊണ്ടുവന്ന സഞ്ചിയിൽ നിന്നും ഒരു പാവം സന്യാസിയുടെ വേഷം ധരിച്ചുകൊണ്ട് ജാകൊയുടെ അടുത്തേക്ക് ചെന്നു

എന്നിട്ട് ഇങ്ങനെ പറഞ്ഞു " ഞാൻ ആ കാണുന്ന മലയിൽ നിന്നും വരുന്നതാ എനിക്ക് കുടിക്കാൻ എന്തെങ്കിലും തരുമോ? ആകെ

തളർന്നുപോകുന്നു?

ഇവിടെ ഒന്നുമില്ലല്ലൊ സന്യാസി നിങ്ങൾ തിരികെ പോവൂ

വീണ്ടും പറഞ്ഞപ്പോഴും അത് കൂട്ടക്കാൻ ജാകൊ തയ്യാറായില്ല

ഷീക വീണ്ടും ഒരു ബുദ്ധി പ്രയോഗിച്ചു

തലകറങ്ങി വീഴുന്നത് പോലെ അഭിനയിച്ചു, അത് കണ്ടതും ജാകൊ അവരുടെ അടുത്തേക്ക് ഓടി വന്നു, കൈയിൽ കരുതിയ ഒരു മാന്ത്രിക പൊടി രാക്ഷസന്റെ മുഖത്തേക്ക് എറിഞ്ഞു പെട്ടന്ന് തന്നെ അയാൾ അവിടെ നിന്നും ഭൂമി പിളർന്നു താഴേക്ക് പോയി

അങ്ങനെ രണ്ടാമത്തെ ഘട്ടത്തിലേക്ക് അവിടെ രാക്ഷസന്റെ പോരായ്മ കണ്ണായിരുന്നല്ലൊ അതുകൊണ്ട് തന്നെ ഒരു പാത്രം കൊണ്ട് ശബ്ദമുണ്ടാക്കി സികൊയെ ആദ്യത്തെ രാക്ഷസൻ നിന്ന സ്ഥലത്ത് എത്തിച്ചു എന്നിട്ട് കൊണ്ടുവന്ന സഞ്ചിയിൽ നിന്നും ഒരു മന്ത്ര തകിട്കൊണ്ട് അയാളെ ബന്ധിയാക്കി.

പിന്നെ അവസാനത്തെ ചെവികേൾക്കാത്ത രാക്ഷസന്റെ അടുത്ത് ഒരു സൗന്ദര്യമുള്ള സ്ത്രീയായ് ചെന്നുകൊണ്ട് ആ രാക്ഷസനെയും ബന്ധിയാക്കി.

സാക്ഷാൽ രക്ത മിത്രന്റെ വാൾ ഉപയോഗിച്ച് ശക്തിയില്ലാത്ത ഷീയെ വധിക്കുകയും രാജ്യത്ത് സമാധാനം ഉണ്ടാക്കുകയും ചെയ്തു.

ഒരു സ്ത്രീയാണെന്ന് കരുതി പേടിച്ച് പിൻമാറിയിരുന്നെങ്കിൽ ആ രാജ്യം അത് ഷീയുടെ കീഴിൽ ആവുകയും നശിക്കുകയും ചെയ്യുമായിരുന്നു, ഇവിടെ ഷീക തന്റെ ബുദ്ധിയും അതുപോലെ വിവേകവും, ധൈര്യവും ഉപയോഗിച്ചപ്പോൾ വിജയം ഉണ്ടായി.

നന്ദി

ചില സ്വപ്നങ്ങൾ കണ്ടത് നിന്നിലൂടെയാണ് ആ നിനക്ക് നന്ദി

ചില സ്വപ്നങ്ങൾ കണ്ടത് നിന്നിലൂടെയാണ് ആ നിനക്ക് നന്ദി